Impressum
Verlag: BABADADA GmbH, Nedderfeld 112 , 22529 Hamburg
Geschäftsführer / Verlagsleitung: Harald Hof
Druck: Books on Demand GmbH, In de Tarpen 42, 22848 Norderstedt

Imprint
Publisher: BABADADA GmbH, Nedderfeld 112 , 22529 Hamburg, Germany
Managing Director / Publishing direction: Harald Hof
Print: Books on Demand GmbH, In de Tarpen 42, 22848 Norderstedt

ትምህርት ቤት

school

delen
ሰሌዳ
bord
ወረቀት
papier
እስክሪብቶ
pen
መፃፊያ ጠረጴዛ
bureau
ማስመሪያ
liniaal
መማሪያ ክፍል
klaslokaal
የትምህርት ቤት ቅጥር ግቢ
speelplaats
መምህር
leerkracht
schrijven
መጽሐፍ
boek
ተማሪ
leerling

የጀርባ ቦርሳ

schooltas

የእርሳስ መያዣ

pennenzak

እርሳስ

potlood

የእርሳስ መቅረጫ

puntenslijper

ላጲስ

gom

የስዕል ደብተር

tekenblok

ስዕል

....

tekening

የቀለም ብሩሽ

....

verfborstel

የቀለም ሳጥን

....

verfdoos

መቀስ

....

schaar

ማጣበቂያ

....

lijm

መልመጃ ደብተር

....

werkboek

የቤት ስራ

....

huiswerk

ቁጥር

....

nummer

መደመር

....

optellen

መቀነስ

....

aftrekken

ማባዛት

....

vermenigvuldigen

ቁጥሮችን ማስላት

....

rekenen

A

ደብዳቤ

....

letter

ABCDEFG
HIJKLMN
OPQRSTU
VWXYZ

ፊደላት

....

alfabet

hello

ቃል

....

woord

ፅሑፍ

tekst

ማንበብ

Lezen

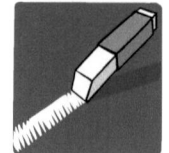

ጠመኔ

krijt

ትምህርት

les

ምዝገባ

klassenboek

ፈተና

examen

ሰርተፊኬት

certificaat

የትምህርት ቤት የደንብ ልብስ

schooluniform

ትምህርት

onderwijs

አዉደ ጥበብ

encyclopedie

ዩኒቨርስቲ

universiteit

የምርምር አጉሊ መሳርያ

microscoop

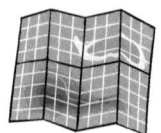

ካርታ

kaart

የቆሻሻ ወረቀት መጣያ ቅርጫት

papiermand

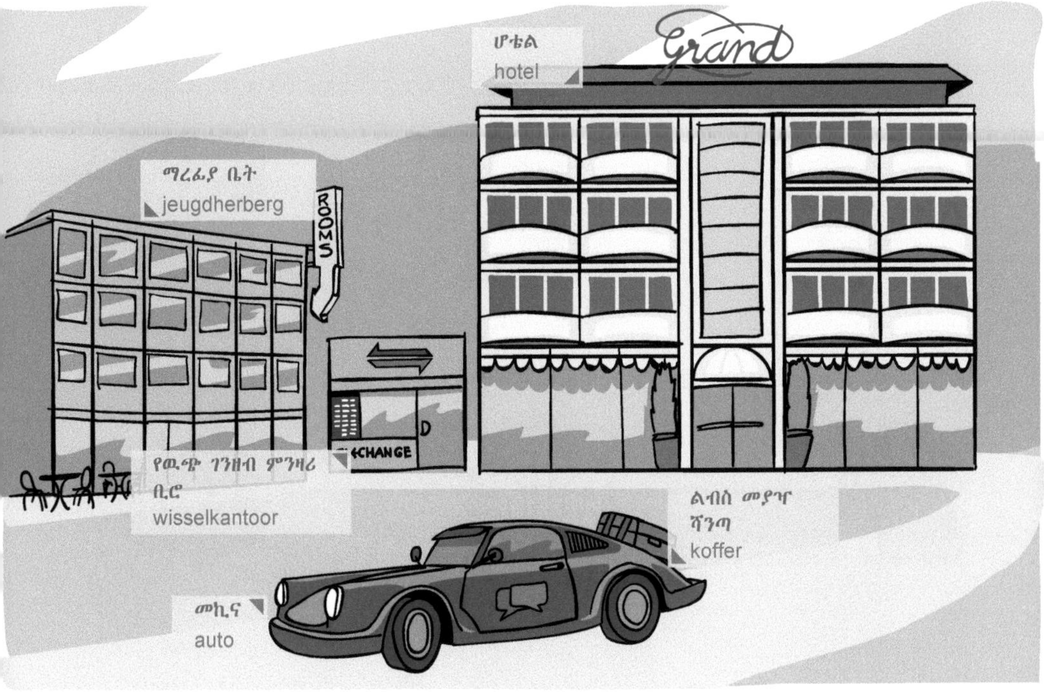
ሆቴል
hotel
Grand
ማረፊያ ቤት
jeugdherberg
ROOMS
የዉጭ ገንዘብ ምንዛሪ ቢሮ
wisselkantoor
ልብስ መያዣ ሻንጣ
koffer
መኪና
auto

ቋንቋ

Taal

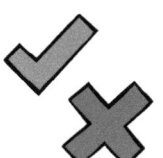

አዎ/ አይደለም

ja / nee

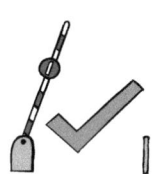

እሺ

oké

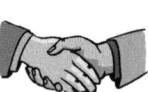

ሰላም

hallo

አስተርጓሚ

vertaler

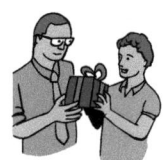

አመሰግናለሁ

bedankt

ስንት ነዉ.......?

Hoeveel kost …?

አልገባኝም

Ik begrijp het niet

እክል

probleem

እንደምን አመሹ!

Goedenavond!

እንደምን አደሩ!

Goedemorgen!

መልካም ምሽት!

Goedenavond!

ደህና ይሰንብቱ

Tot ziens

አቅጣጫ

richting

ሻንጣ

bagage

ቦርሳ

zak

የጀርባ ቦርሳ

rugzak

እንግዳ

gast

ክፍል

kamer

የመተኛ ቦርሳ

slaapzak

ድንኳን

tent

የጎብኚዎች መረጃ

....

toeristeninformatie

የባህር ዳርቻ

....

strand

ክሬዲት ካርድ

....

kredietkaart

ቁርስ

....

ontbijt

ምሳ

....

lunch

እራት

....

avondeten

ቲኬት

....

ticket

አሳንሰር

....

lift

ማህተም

....

postzegel

ድንበር

....

grens

ባህሎች

....

douane

ኤምባሲ

....

ambassade

ቪዛ/የይለፍ ወረቀት

....

visum

ፓስፖርት

....

paspoort

መጓጓዣ

transport

አዉሮፕላን
vliegtuig
መር ብ
schip
የእሳት አደጋ መኪና
brandweerwagen
bus
የጭነት መኪና
vrachtwagen
የሞተር ጀልባ
motorboot
ብስክሌት
fiets
መኪና
auto

የማመላለሻ ጀልባ

veerboot

ጀልባ

boot

የሞተር ብስክሌት

motor

የፖሊስ መኪና

politiewagen

የዉድድር መኪና

racewagen

የኪራይ መኪና

huurauto

የመኪና መጋራት
carpoolen

ጎታች መኪና
sleepwagen

የቆሻሻ ጭነት መኪና
vuilniswagen

ሞተር
motor

ነዳጅ
benzine

የቤንዚን ማደያ
benzinestation

የመንገድ ምልክት
verkeersbord

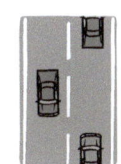

የመኪኖች እንቅስቃሴ
verkeer

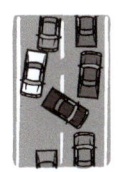

የመኪና መጨናነቅ
file

የመኪና ማቆሚያ
parkeerplaats

የባቡር ጣቢያ
station

የባቡር ሀዲዶች
sporen

ባቡር
trein

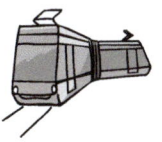

የኤሌክትሪክ ባቡር
tram

ሰረገላ
wagon

ሄሊኮፕተር

helikopter

አየር ማረፊያ

luchthaven

ማማ

toren

መንገደኛ

passagier

ማስቀመጫ፤ ማጠራቀሚያ

container

ካርቶን እቃ ማሸጊያ

karton

ጋሪ፤ ተሳቢ

kar

ቅርጫት

mand

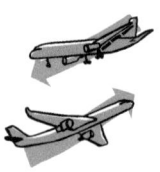

መነሳት/ ማረፍ

opstijgen / landen

ከተማ

stad

መንደር

dorp

የከተማ ማዕከል

stadscentrum

ቤት

huis

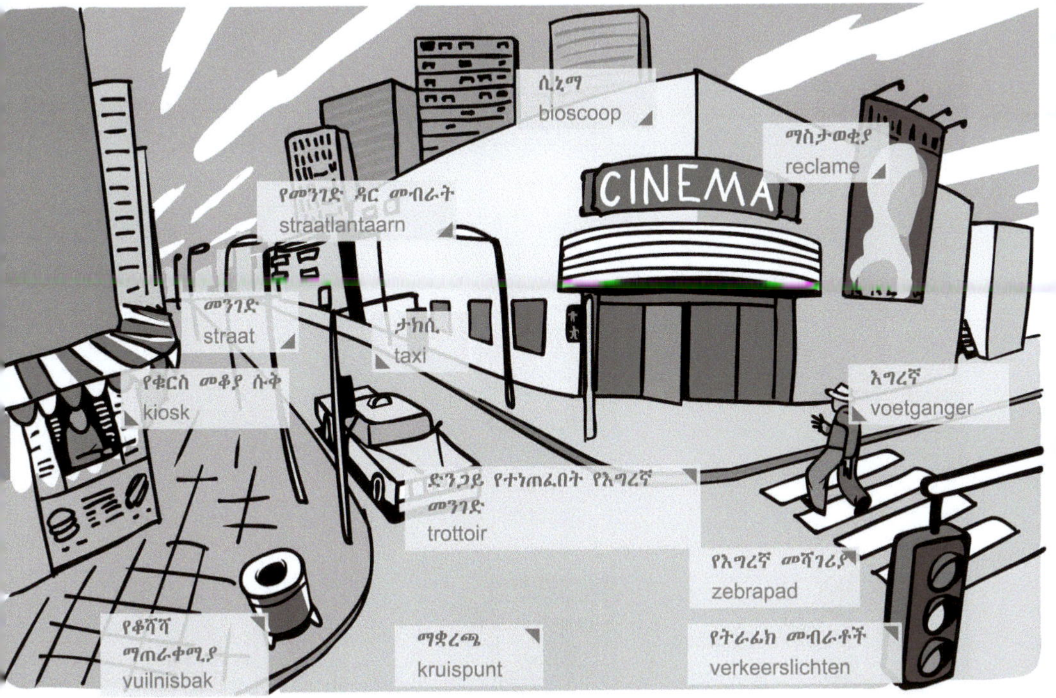

ሲኔማ
bioscoop

ማስታወቂያ
reclame

የመንገድ ዳር መብራት
straatlantaarn

CINEMA

መንገድ
straat

ታክሲ
taxi

የቁርስ መቆያ ሱቅ
kiosk

እግረኛ
voetganger

ድንጋይ የተነጠፈበት የእግረኛ
መንገድ
trottoir

የእግረኛ መሻገሪያ
zebrapad

የቆሻሻ
ማጠራቀሚያ
vuilnisbak

ማቋረጫ
kruispunt

የትራፊክ መብራቶች
verkeerslichten

ጎጆ
.....
hut

አፓርታማ
.....
woning

የባቡር ጣቢያ
.....
station

የከተማ አዳራሽ
.....
stadshuis

ቤተ መዘክር
.....
museum

ትምህርት ቤት
.....
school

ዩኒቨርስቲ

universiteit

ባንክ

bank

ሆስፒታል

ziekenhuis

ሆቴል

hotel

መድሐኒት ቤት

apotheek

ቢሮ

kantoor

መፅሐፍ መሸጫ

boekwinkel

ሱቅ

winkel

የአበባ መሸጫ

bloemenwinkel

የሸቀጣ ሸቀጥ መደብር

supermarkt

ገበያ ስፍራ

markt

መደብር

warenhuis

የዓሳ ነጋዴ

vishandelaar

የገበያ ማዕከል

winkelcentrum

ወደብ

haven

መናፈሻ ቦታ

park

አግዳሚ ወንበር

bank

ድልድይ

brug

ደረጃዎች

trap

ዉስጥ ለዉስጥ

metro

ዋሻ

tunnel

የአዉቶቡስ ፌርማታ

bushalte

ባር

bar

ምግብ ቤት

restaurant

የፖስታ ሳጥን

brievenbus

የመንገድ ምልክት

straatnaambord

የመኪና ማቆሚያ ሒሳብ የሚያሰላ

····ማሽን····

parkeermeter

የደር እንስሳት ማቆያ

zoo

የመዋኛ ገንዳ

zwembad

መስጊድ

moskee

እርሻ

boerderij

የሚበክል ነገር

milieuverontreiniging

ቃብር ስፍራ

kerkhof

ቤተ ክርስቲያን

kerk

ጫወቻ ሜዳ

speelplaats

ቤተ ቅደስ

tempel

መልከዓምድር

landschap

ቅጠል
blad
የ ንገድ ላይ ምልክት
wegwijzer
ንገድ
weg
አረንጓዴ ስክ
weide
ድንጋይ
steen
በእግሩ የሚጓዝ
wandelaar
ዛፍ
boom
ወንዝ
rivier
ሳር
gras
አበባ
bloem

ሸለቆ

vallei

ኮረብታ

heuvel

ሀይቅ

meer

ጫካ

bos

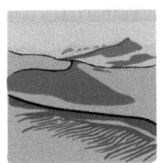

በረሃ

woestijn

እሳተ ገሞራ

vulkaan

ግምብ

kasteel

ቀስተ ዳመና

regenboog

እንጉዳይ

paddenstoel

የቴምብር ዛፍ/ ዘንባባ

palmboom

ቢንቢ/ የወባ ትንኝ

mug

በራሪ

vlieg

ጉንዳን

mier

ንብ

bijl

ሸረሪት

spin

ጢንዚዛ

kever

እንቁራሪት

kikker

ሽኮኮ

eekhoorn

ጃርት

egel

ጥንቸል

haas

ጉጉት ወፍ

uil

ወፍ

vogel

የዉሃ ዳክዬ

zwaan

ከርከሮ

wild zwijn

አጋዘን

hert

አጋዘን

eland

ግድብ

dam

በነፋስ የሚሽከረከር

windturbine

የፀሀይ ፓኔሎ

zonnepaneel

አየር ንብረት

klimaat

አስተናጋጅ
ober

ማዉጫ
menu

ወንበር
stoel

ሾርባ
soep

ፒዛ
pizza

መክተፊያ
bestek

የጠረጴዛ ጨርቅ
tafelkleed

የምግብ ፍላጎትን የሚከፍት
ምግብ
voorgerecht

ዋና ምግብ
hoofdgerecht

ማጣጣሚያ ተከታይ ምግብ
nagerecht

መጠጦች
drankjes

ምግብ
eten

ጠርሙስ
fles

ፈጣን ምግብ

fastfood

የመንገድ ምግብ

street food

የሻይ ማንቆርቆሪያ

theepot

የስኳር እቃ

suikerpot

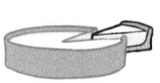

ድርሻ

portie

የቡና ማፊያ ማሽን

espressomachine

ባለጌ ወንበር

kinderstoel

የክፍያ ደረሰኝ

rekening

ትሪ

dienblad

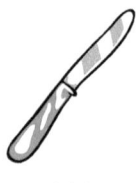

ቢላዋ

mes

ሹካ

vork

ማንኪያ

lepel

የሻይ ማንኪያ

theelepel

ልብስ ምግብ እንዳይነካ የሚረዳ ጨርቅ

serviette

ብርጭቆ

glas

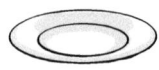

ዝርግ ሰሀን
....
bord

የሾርባ ጎድጓዳ ሰሀን
....
soepbord

የስኒ ማስቀመጫ
....
schoteltje

ማጣፈጫ ስጎ
....
saus

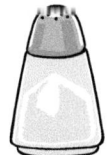

የጨዉ እቃ
....
zoutvatje

የተፈጨ ቃሪያ
....
pepermolen

ኮምጣጤ
....
azijn

የምግብ ዘይት
....
olie

ቀመማ ቅመሞች
....
kruiden

የቲማቲም ድልህ
....
ketchup

ሰናፍጭ
....
mosterd

ማዮኒዝ
....
mayonaise

የሸቀጣ ሸቀጥ መደብር

supermarkt

ልዩ አቅራቦት
aanbieding
FOR
ደምበኛ
klant
የወተት ተዋፅዖ
zuivelproducten
ፍራፍሬ
fruit
ባለ ጎማ የእጅ ጋሪ
winkelwagen

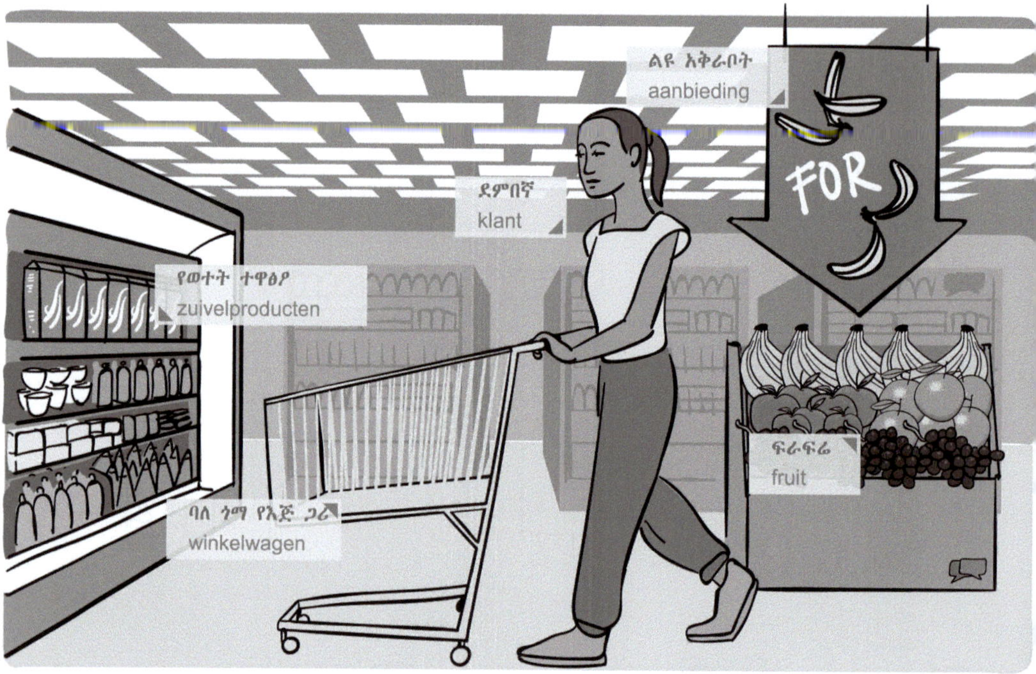

ሉካንዳ ነጋዴ

slagerij

መጋገርያ

bakkerij

ክብደት መመዘን

wegen

ቅጠላ ቅጠል አትክልት

groenten

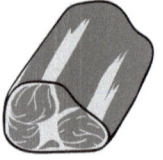

ስጋ

vlees

የቀዘቀዘ/የረጋ ምግብ

diepvriesvoedsel

ቀዝቃዛ ቁራጭ
....
charcuterie

የታሸገ ምግብ
....
conserven

የማጠቢያ ዱቄት
....
waspoeder

ጣፋጮች
....
snoep

የቤት ዉስጥ ዉጤቶች
....
huishoudproducten

የፅዳት ምርቶች
....
schoonmaakproducten

የሽያጭ ባለሙያ
....
verkoopster

የገንዘብ መመዝቢያ ማሽን
....
kassa

የሒሳብ ሰራተኛ
....
kassier

የግዢ ዝርዝር
....
boodschappenlijstje

ክፍት ሰዓታት
....
openingstijden

የኪስ ቦርሳ
....
portefeuille

ክሬዲት ካርድ
....
kredietkaart

ቦርሳ
....
tas

የፕላስቲክ ቦርሳ
....
plastieken zakje

መጠጦች

drankjes

ዉሃ

....

water

ጭማቂ

....

sap

ወተት

....

melk

ኮካ-ኮላ

....

cola

ወይን

....

wijn

ቢራ

....

bier

አልኮል

....

alcohol

ኮካ

....

cacao

ሻይ

....

thee

ቡና

....

koffie

የተፈላ ቡና

....

espresso

ካፕቺኖ

....

cappuccino

ምግብ
eten

ሙዝ

....

banana

ፖም

....

appel

ብርቱካን

....

sinaasappel

ሀብሀብ

....

meloen

ሎሚ

....

citroen

ካሮት

....

wortel

ነጭ ሽንኩርት

....

knoflook

ሽምበቆ

....

bamboe

ቀይ ሽንኩርት

....

ajuin

እንጉዳይ

....

champignon

ለዉዝ

....

noten

የህፃናት ምግብ

....

noodles

ፓስታ

spaghetti

ሩዝ

rijst

ሰላጣ

salade

የድንች ጥብስ

frieten

ድንች ጥብስ

gebakken aardappelen

ፒዛ

pizza

ዳቦ ዉስጥ በስሱ ተጠብሶ የገባ
ስጋ
hamburger

ሳንድዊች

sandwich

ጥሬ ስጋ

kalfslapje

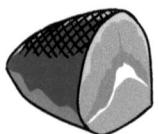

የአሳማ ስጋ

ham

በቅመምና በጨዉ የታሸ ምግብ
ቀዝቅዞ የሚበላ ሾርባ ምግብ

salami

ቋሊማ

worst

ዶሮ

kip

ጥብስ

braden

አሳ

vis

የአጃ ገንፎ
havervlokken

ከወተት ጋር ተደባልቀዉ የሚበሉ
"ምግቦች"
muesli

የበቆሎ ቅርፊት
cornflakes

ዱቄት
bloem

ኩራሳ
croissant

ድብልብል ዳቦ
pistolet

ዳቦ
brood

መጥበስ
toast

ብስኩት
koekjes

ቅቤ
boter

እርጎ
kwark

ኬክ
taart

እንቁላል
ei

እንቁላል ጥብስ
spiegelei

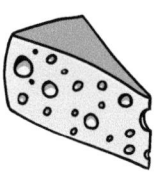

አይብ
kaas

የበረዶ ክሬም

ijs

ስኳር

suiker

ማር

honing

ማርማላት

confituur

የተናጠ የወተት ክሬም

choco

ማጣፈጫ

curry

የገበሬ ቤት
boerderij

የእህልና የከብት ማቀመጫ ቤት
schuur

የጭድ ክምር
strobaal

ሜዳ
veld

ፈረስ
paard

ተሳቢ መኪና
aanhangwagen

የፈረስ ዉርንጭላ
veulen

የእርሻ መኪና
tractor

አህያ
ezel

በግ
schaap

የበግ ጠቦት
lam

ፍየል
geit

ላም
koe

ጥጃ
kalf

አሳማ
varken

ግልገል አሳማ
biggetje

ኮርማ
stier

ዝይ

gans

ዳክዬ

eend

የዶሮ ጫጩት

kuiken

ዶሮ

kip

አዉራ ዶሮ

haan

አይጥ

rat

ደድመት

kat

አይጥ

muis

በሬ

os

ዉሻ

hond

የዉሻ ቤት

hondenhok

የአትክልት ቦታ

tuinslang

ዉሃ ማጠጫ ባልዲ

gieter

ረጅም ማጭድ

zeis

ማረሻ

ploeg

ማጭድ

sikkel

መኮትኮቻ

schoffel

የእህል መንሽ

hooivork

መጥረቢያ

bijl

ኩርኩር/ የእጅ ጋሪ

kruiwagen

ገንዳ

trog

የወተት ዕቃ

melkkan

ጆንያ ከረጢት

zak

አጥር

hek

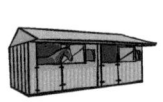

የፈረስ ጋጣ

stal

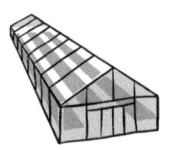

ዕፅዋት ማሳደጊያ የመስታዉት ቤት

broeikas

አፈር

bodem

ዘር

zaad

የመሬት ማዳበሪያ

mest

ጥምር ማረሻ

maaidorser

አዝመራ መሰብሰብ

oogsten

አዝመራ

oogst

ድንች

yam

ስንዴ

tarwe

ሶያ

soja

ድንች

aardappel

በቆሎ

maïs

የከብት መኖ

koolzaad

የፍሬ ዛፍ

fruitboom

የካሳቫ ዛፍ

maniok

እህል

graan

ቤት

huis

የጪስ ማዉጫ
schoorsteen
ጣራ
dak
አሸንዳ
regenpijp
መስኮት
raam
ጋራዥ
garage
የበር ደወል
deurbel
በር
deur
የቆሻሻ ማጠራቀሚያ
vuilnisbak
ፖስታ ሳጥን
brievenbus
የአትክልት ቦታ
tuin

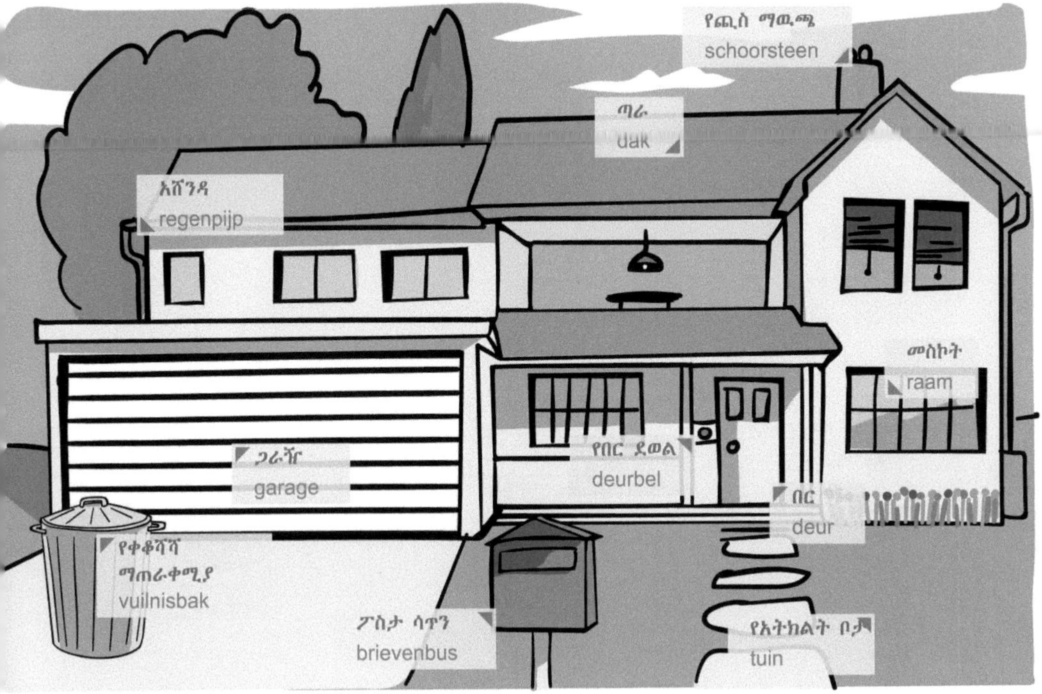

ሳሎን
....
woonkamer

መታጠቢያ ቤት
....
badkamer

ማድቤት
....
keuken

መኝታ ቤት
....
slaapkamer

የልጅ ክፍል
....
kinderkamer

መመገቢያ ክፍል
....
eetkamer

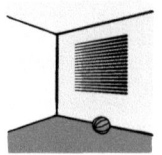

ወለል

vloer

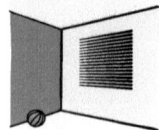

ግድግዳ

muur

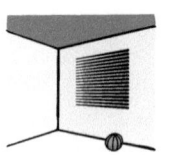

ጣሪያ

plafond

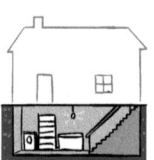

ምድር ቤት

kelder

በእንፋሎት ሙቀት መታጠቢያ
ቤት

sauna

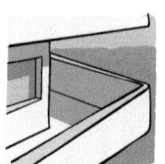

ሰገነት

balkon

ከፍ ያለ መደብ

terras

የመዋኛ ገንዳ

zwembad

የማጨጃ መኪና

grasmaaier

አንሶላ

dekbedovertrek

የአልጋ ልብስ

dekbed

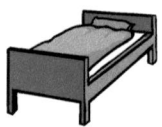

አልጋ

bed

መጥረጊያ

bezem

ባልዲ

emmer

ማብሪያና ማጥፊያ

schakelaar

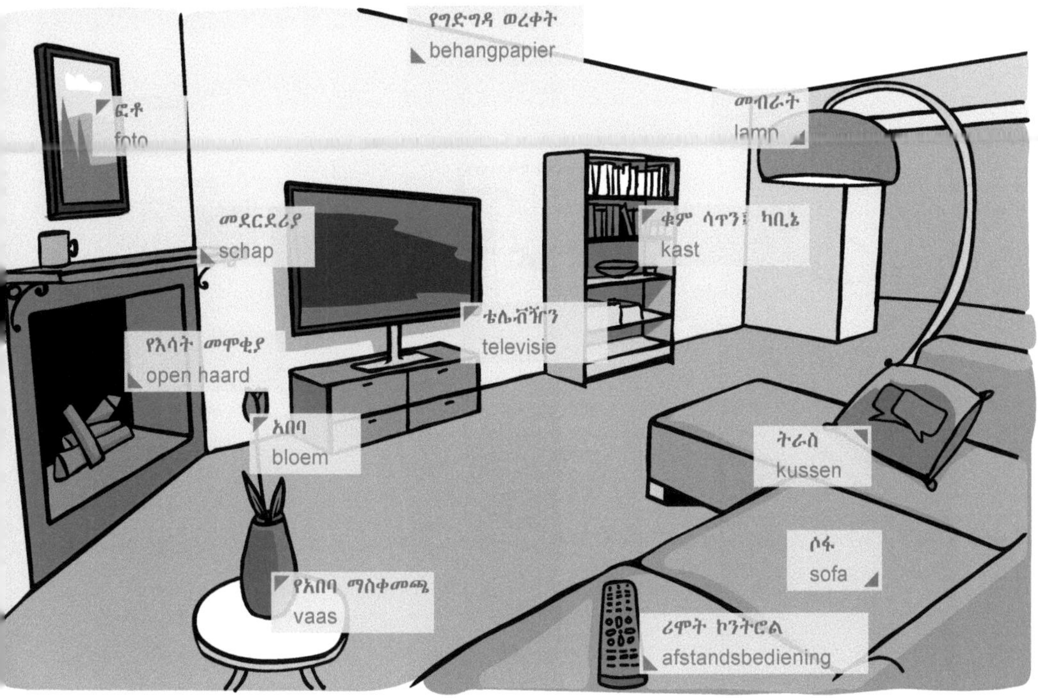

woonkamer

የግድግዳ ወረቀት
behangpapier

ፎቶ
foto

መብራት
lamp

መደርደሪያ
schap

ቁም ሳጥን፣ ካቢኔ
kast

ቴሌቪዥን
televisie

የእሳት መሞቂያ
open haard

አበባ
bloem

ትራስ
kussen

ሶፋ
sofa

የአበባ ማስቀመጫ
vaas

ሪሞት ኮንትሮል
afstandsbediening

ንጣፍ

mat

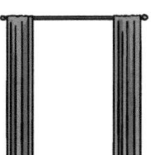

መጋረጃ

gordijn

ጠረጴዛ

tafel

ወንበር

stoel

ተወዛዋዥ ወንበር

schommelstoel

ባለመደገፊያ ወንበር

fauteuil

መጽሐፍ

boek

ብርድ ልብስ

deken

ጌጥ

decoratie

ማገዶ

brandhout

ፊልም

film

የሙዚቃ መማጫወቻ

stereo-installatie

ቁልፍ

sleutel

ጋዜጣ

krant

ስዕል

schilderij

የተለጠፈ ማስታወቂያ እንደ ስዕል

poster

ራዲዮ

radio

ማስታወሻ ደብተር

notitieboekje

የአየር ማፅጃ ለምንጣፍ

stofzuiger

ቁልቋል

cactus

ሻማ

kaars

ማድቤት
keuken

ማቀዝቀዣ
koelkast
ማይክሮዌቭ ምግብ ማብሰያ
microgolfoven
የኩሽና መመዘኛ ሚዛን
keukenweegschaal
ዳቦ መጥበሻ
broodrooster
ንፁህ ማድረጊያ
afwasmiddel
ምድጃ
oven
ማቀዝቀዣ
vriesvak
የቆሻሻ ማጠራቀሚያ
vuilnisbak
እቃ ማጠቢያ
vaatwasmachine

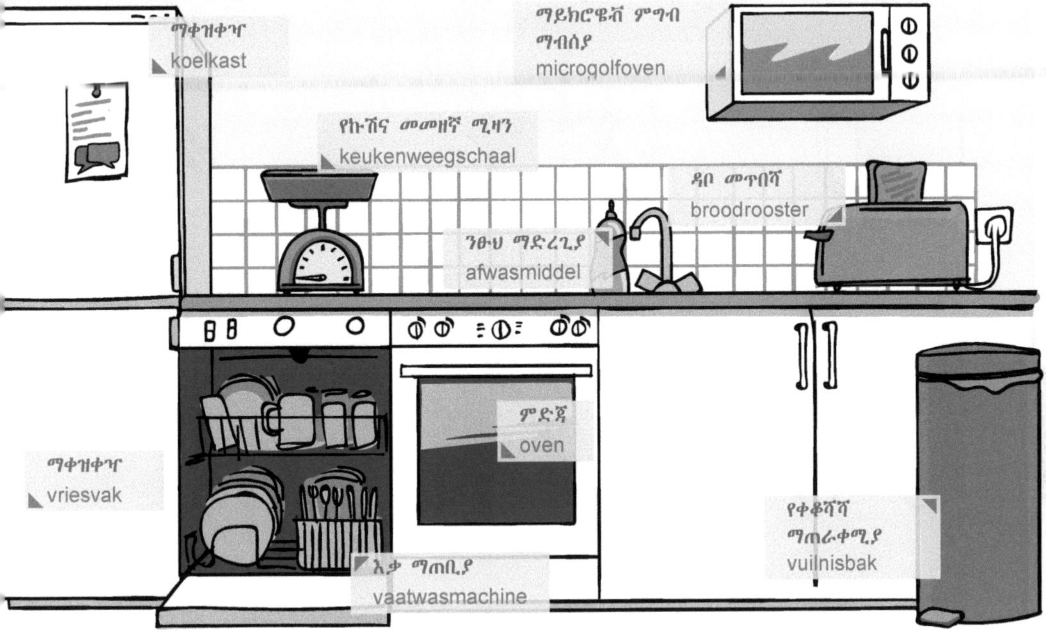

ምግብ አብሳይ

fornuis

ማሰሮ

pot

የብረት ማሰሮ

gietijzeren pot

ምግብ ማብሰያ ዝርግ ድስት

wok / kadai

የምግብ መጥበሻ

pan

ማንቆርቆሪያ

waterkoker

የእንፋሎት ማብሰያ
....
stoomkoker

የመጋገሪያ ትሪ
....
bakplaat

ሰብስቦች
....
servies

ትልቅ ኩባያ
....
mok

ጎድጓዳ ሳህን
....
kom

ቾፕስቲክስ
....
eetstokjes

ጭልፋ
....
pollepel

መሰቅሰቂያ ዝርግ ማንኪያ
....
spatel

ማደባለቂያ
....
garde

መወጠሪያ
....
vergiet

ወንፊት
....
zeef

መፈርፈሪያ መሳሪያ
....
rasp

ሲሚንቶ
....
mortier

የፍም ጥብስ
....
barbecue

የተለቀቀ እሳት
....
haardvuur

መክተፊያ

snijplank

ተንሸራታች መርፌ

deegrol

የጠርሙስ መክፈቻ

kurkentrekker

ጣሳ

blik

የጣሳ መክፈቻ

blikopener

የማሰሮ መሸፈኛ

pannenlap

ሳህን ማጠቢያ

gootsteen

ብሩሽ

borstel

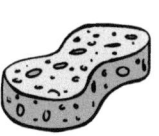

ስፖንጅ

spons

መደባለቂያ መሳሪያ

blender

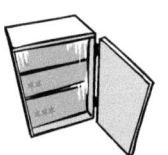

በጣም ማቀዝቀዣ

vriezer

ጡጦ

papfles

ቧንቧ

kraan

መታጠቢያ ቤት

badkamer

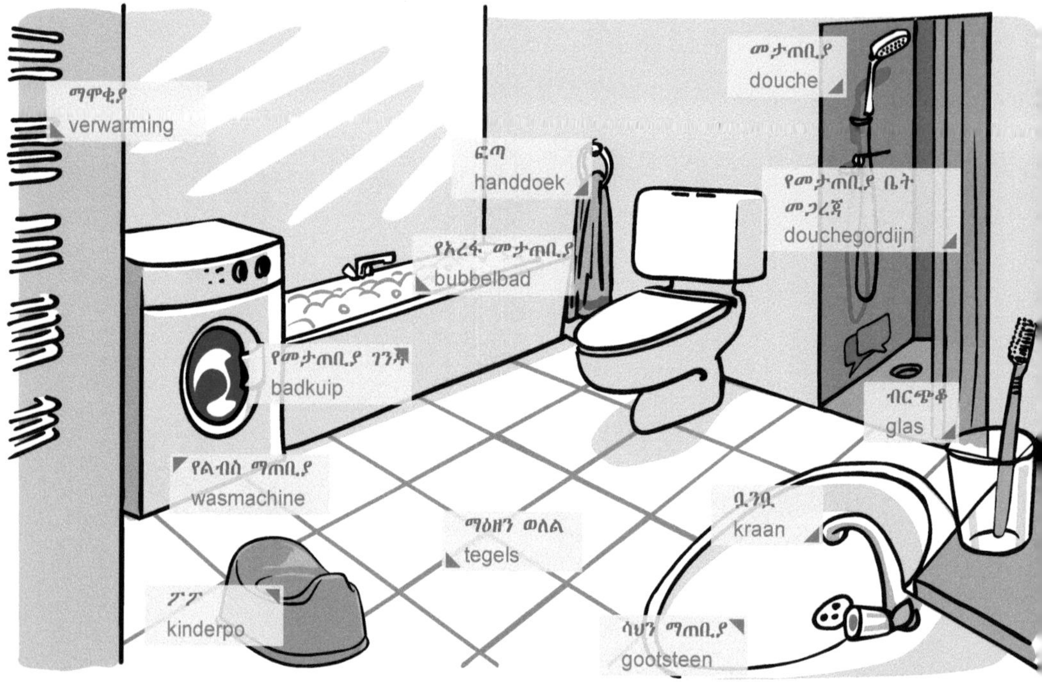

ማሞቂያ
verwarming
ፎጣ
handdoek
መታጠቢያ
douche
የመታጠቢያ ቤት መጋረጃ
douchegordijn
የአረፋ መታጠቢያ
bubbelbad
የመታጠቢያ ገንዳ
badkuip
ብርጭቆ
glas
የልብስ ማጠቢያ
wasmachine
ቧንቧ
kraan
ማዕዘን ወለል
tegels
ፖፖ
kinderpo
ሳህን ማጠቢያ
gootsteen

ሽንት ቤት

toilet

የሽንት ቤት መቀመጫ

hurktoilet

ሳፋ

bidet

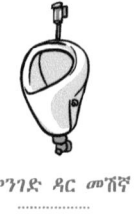

የመንገድ ዳር መሽኛ

urinoir

የሽንት ቤት ወረቀት

toiletpapier

የሽንት ቤት ማፅጃ ብሩሽ

toiletborstel

የጥርስ ብሩሽ
....
tandenborstel

የጥርስ ሳሙና
....
tandpasta

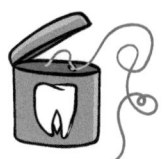

የጥርስ ማፅጃ ክር
....
flosdraad

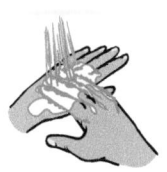

መታጠብ
....
wassen

የእጅ መታጠቢያ
....
handdouche

መታጠቢያ
....
bidethanddouche

ጎድጓዳ ሳህን
....
waskom

የጀርባ ብሩሽ
....
rugborstel

ሳሙና
....
zeep

የመታጠቢያ የሚዝለገለግ ሳሙና
....
douchegel

የፀጉር መታጠቢያ ሳሙና
....
shampoo

ለስላሳ ጨርቅ
....
washandje

ፍሳሽ
....
afvoer

ክሬም
....
crème

ጠረን መቀየሪያ ንጥረ ነገር
....
deodorant

መስታወት

spiegel

የእጅ መስታወት

handspiegel

ምላጭ

scheermes

የመላጫ አረፋ

scheerschuim

ከመላጨት በኋላ የሚቀባ ሽቱ

aftershave

ማበጠሪያ

kam

ብሩሽ

borstel

የፀጉር ማድረቂያ

haardroger

በፀጉር ላይ የሚነፋ

haarlak

የፊት መቀባቢያ

make-up

የከንፈር ቀለም

lippenstift

የጥፍር ቀለም

nagellak

የጥጥ ሱፍ

watten

ጥፍር መቁረጫ

nagelknipper

ሽቶ

parfum

ማጠቢያ ባልዲ

toilettas

መቀመጫ

kruk

ሚዛን

weegschaal

የመታጠቢያ ልብስ

badjas

የላስቲክ ጓንት

latex handschoenen

ሞዴስ

tampon

የፅዳት ፎጣ

maandverband

የሽንት ቤት ኬሚካል

chemisch toilet

የልጅ ክፍል

kinderkamer

የማንቂያ ደዉል ሰዐት
wekker
የህፃን አሻንጉሊት
knuffel
የመጫወቻ መኪና
speelgoedauto
ማንገጫገጫ
መጫወቻ
rammelaar
የአሻንጉሊት ቤት
poppenhuis
ስጦታ
geschenk

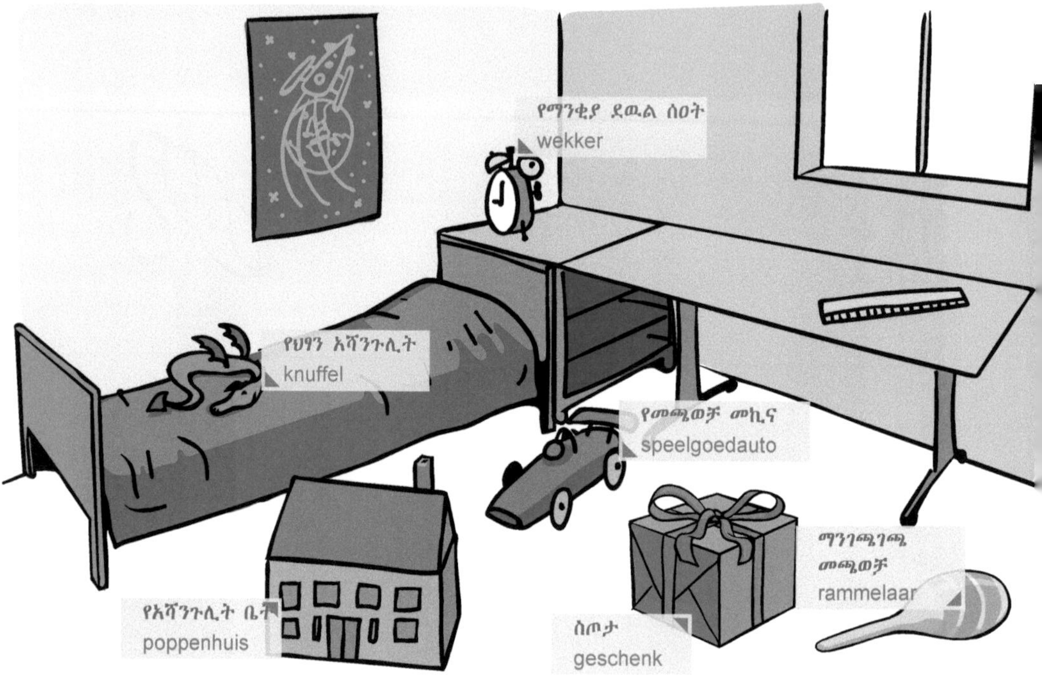

ፊኛ

ballon

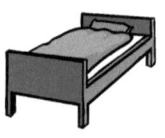

አልጋ

bed

የህፃን ማንሸራሸሪያ ጋሪ

kinderwagen

የካርታ መጫወቻ

spel kaarten

ቁርጥራጭ ምስሎችን የማገጣጠም
እና ምስል የማግኘት ጨዋታ

puzzel

አዝናኝ

stripboek

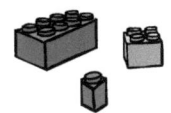

ተገጣጣሚ መጫወቻ

legoblokjes

የመጫወቻ መገጣጠሚያዎች

blokken

የድርጊት ምስል

actiefiguur

የህፃን እድገት

kruippakje

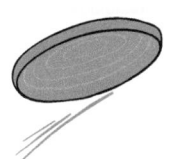

የፕላስቲክ መጫወቻ ዝርግ ሰሀን

frisbee

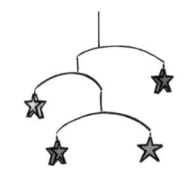

ተወዛዋዥ የህፃን ማጫወቻ

mobiel

የሰሌዳ ጨዋታ

bordspel

የመጫወቻ ጠጠር

dobbelsteen

የመጫወቻ ባቡር

modelspoorweg

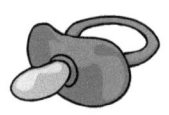

የእንጀራ እናት ጡጦ

fopspeen

ድግስ

feest

የስዕል መፅሀፍ

prentenboek

ኳስ

bal

አሻንጉሊት

pop

መጫወት

spelen

የአሸዋ መጫወቻ

zandbak

ዥዋዥዌ

schommel

መጫወቻዎች

speelgoed

የቪዲዮ መጫወቻ

spelconsole

ባለ ሶስት ጎማ ብስክሌት

driewieler

የአሻንጉሊት ድብ

knuffelbeer

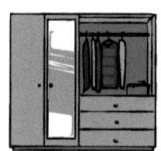

ቁምሳጥን

kleerkast

አልባሳት

kleding

ካልሲዎች

sokken

ስቶኪንጎች

kousen

ታይት

maillot

የአንገት ልብስ
sjaal

ዝንጥላ
paraplu

ከናቴራ
T-shirt

ቀበቶ
riem

ቦቲ
laarzen

የቤት ዉስጥ ነጠላ ጫማ
slippers

ስኒከሮች
sneakers

ነጠላ ጫማዎች
....
sandalen

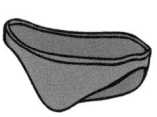

ጫማዎች
....
schoenen

የዝናብ ቡትስ
....
rubberlaarzen

ሙታንታ
....
onderbroek

ጡት መያዣ
....
beha

ሰደርያ
....
onderhemd

ሰዉነት
lichaam

ሱሪዎች
broek

ጅንስ
jeans

ጉርድ ቀሚስ
rok

ሸሚዝ
blouse

ሸሚዝ
hemd

የሚጠለቅ ሹራብ
trui

ሹራብ
capuchontrui

ዩኒፎርም ጃኬት
blazer

ጃኬት
jas

ኮት
jas

የዝናብ ኮት
regenjas

ልብስ
kostuum

ቀሚስ
jurk

የሙሽራ ቀሚስ
trouwjurk

ሱፍ

pak

የለሊት ልብስ

nachthemd

የለሊት ልብስ

pyjama

ረጅም ቀሚስ

sari

ሂጃብ

hoofddoek

ጥምጣም

tulband

ቡርቃ

boerka

ሽርጥ

kaftan

አባያ

abaya

የዋና ልብስ

badpak

አጭር ቁምጣ

zwembroek

ቁምጣዎች

short

የስራ ቱታ

trainingspak

ሽርጥ

schort

ጓንት

handschoenen

ቁልፍ
knoop

መነፅር
bril

አምባር
armband

የአንገት ሀብል
ketting

ቀለበት
ring

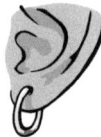

የጆሮ ጌጥ
oorbel

ኮፍያ
pet

የኮት መስቀያ
kapstok

ኮፍያ
hoed

ከረቫት
das

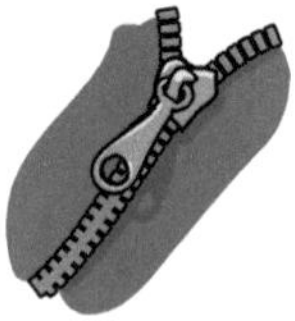

ዚፕ
rits

የብረት ቆብ
helm

መደገፊያ
bretellen

የትምህርት ቤት የደንብ ልብስ
schooluniform

የደንብ ልብስ
uniform

መሃረብ

slabbetje

የእንጀራ እናት ጡጦ

fopspeen

ሽንት ጨርቅ

luier

ቢሮ
kantoor

ማስራጫ ጣቢያ
server
የፋይል መደርደሪያ ካቢኔ
dossierkast
የህትመት መሳሪያ
printer
ወረቀት
papier
መቆጣጠሪያ
monitor
muis
መፃፊያ ጠረጴዛ
bureau
ማህደር
map
የመፃፊ ቁልፎች
toestenbord
የቆሻሻ ወረቀት መጣያ ቅርጫት
papiermand
ኮምፒዉተር
computer
ወንበር
stoel

የቡና መጠጫ ትልቅ ኩባያ

koffiemok

ማስልያ ማሽን

rekenmachine

ኢንተርኔት

internet

ላፕቶፕ

laptop

ደብዳቤ

brief

መልዕክት

bericht

ተንቀሳቃሽ ስልክ

gsm

የግንኙነት አዉታር

netwerk

ማባዣ ማሽን

kopieerapparaat

ሶፍትዌር

software

ስልክ

telefoon

የግድግዳ ሶኬት

stopcontact

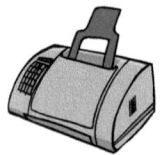

የፋክስ ማሽን

fax

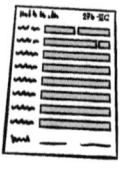

ቅፅ

formulier

ሰነድ

document

ኢኮኖሚ

economie

መግዛት

kopen

መክፈል

betalen

መነገድ

handelen

ገንዘብ

geld

ዶላር

dollar

ዩሮ

euro

የን

yen

ሩብል

roebel

የስዊዝ ፍራንክ

Zwitserse frank

ሬንሚንቢ ዩዋን

Chinese renminbi

ሩጲ

roepie

የገንዘብ ነጥብ

geldautomaat

የዉጭ ገንዘብ ምንዛሪ ቢሮ

wisselkantoor

ወርቅ

goud

ብር

zilver

ዘይት

olie

ሀይል፤ ጉልበት

energie

ዋጋ

prijs

ግንኙነት

contract

ቀረጥ

belasting

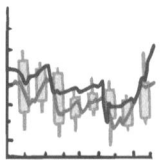

አክስዮን

aandeel

መስራት

werken

ተቀጣሪ

werknemer

ቀጣሪ

werkgever

ፋብሪካ

fabriek

ሱቅ

winkel

የስራ ሙያዎች
beroepen

የፖሊስ አዛዥ
politieagent
የእሳት አደጋ ሰራተኛ
brandweerman
ምግብ አብሳይ
kok
ዶክተር
dokter
አብራሪ
piloot

አትክልተኛ

tuinman

አናጢ

timmerman

ልብስ ሰፊ ሴት

naaister

ዳኛ

rechter

ቀማሚ

chemicus

ተዋናይ

acteur

የአዉቶቢስ ሹፌር

buschauffeur

የታክሲ ሹፌር

taxichauffeur

አሳ አጥማጅ

visser

ፅዳት ሰራተኛ

schoonmaakster

የጣራ ሰራተኛ

dakdekker

አስተናጋጅ

ober

አዳኝ

jager

ሰዓሊ

schilder

ጋጋሪ

bakker

የኤሌትሪክ ሰራተኛ

elektricien

ገምቢ

bouwvakker

መሃንዲስ

ingenieur

ልኳንዳ

slager

የቧንቧ ሰራተኛ

loodgieter

የፖስታ ሰራተኛ

postbode

ወታደር

soldaat

መሃንዲስ

architect

የሒሳብ ሰራተኛ

kassier

አበባ ሻጭ

bloemist

የፀጉር ሰራተኛ

kapper

ቲኬት ቆራጭ

conducteur

መካኒክ

mecanicien

ካፒቴን

kapitein

የጥርስ ሐኪም

tandarts

ተመራማሪ

wetenschapper

መምህር

rabbijn

የሙስሊም ሃይማኖታዊ መሪ

imam

መነኩሴ

monnik

ካህን

geestelijke

መሳሪያዎች

werktuigen

ተቆላፊ ጉጠት
tang
መዶሻ
hamer
መፍቻ
schroevendraaier
ባትሪ
zaklamp
የመሳሪ መፍቻ
schroefsleutel

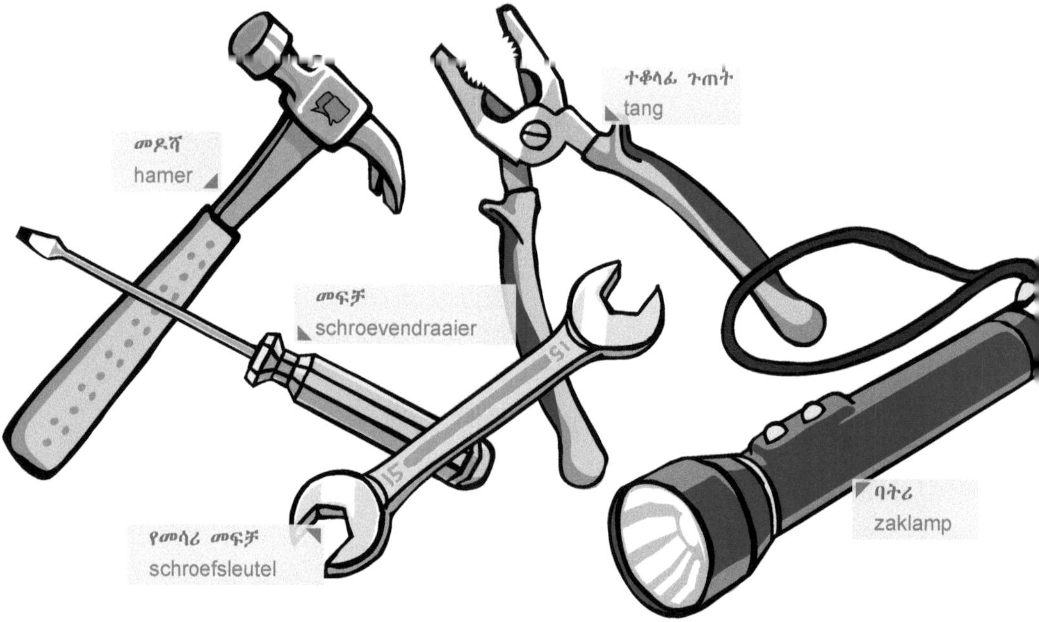

በቁፋሮ የሚዝቅ

graafmachine

የመፍቻ ሳጥን

gereedschapskoffer

መሰላል

ladder

መጋዝ

zaag

ምስማር

spijkers

መሰርሰሪያ

boormachine

መጠገን

repareren

አካፋ

schop

የተረገመ!

Verdomme!

ቆሻሻ ማፈሻ

blik

የቀለም ቆርቆሮ

verfpot

ብሎን

schroeven

የሙዚቃ መሳሪያዎች

muziekinstrumenten

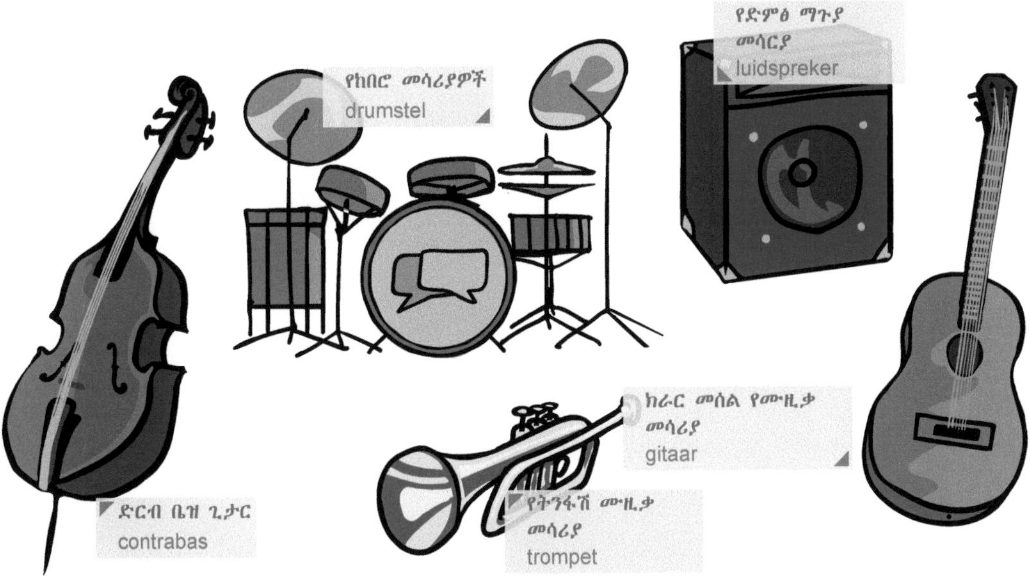

የድምፅ ማጉያ መሳርያ
luidspreker
የከበሮ መሳሪያዎች
drumstel
ክራር መሰል የሙዚቃ መሳሪያ
gitaar
የትንፋሽ ሙዚቃ መሳሪያ
trompet
ድርብ ቤዝ ጊታር
contrabas

ፒያኖ

piano

ቫዮሊን

viool

ወፍራም፤ ጎርናና ድምፅ ያለዉ
ክራር መሰል ሙዚቃ መሳሪያ

basgitaar

ነጋሪት

pauk

ከበሮ

trommels

በኤሌክትሪክ የሚሰራ ፒኖ

keyboard

የትንፋሽ ሙዚቃ መሳሪያ

saxofoon

ዋሽንት

fluit

የድምፅ ማጉያ

microfoon

የደር እንስሳት ማቆያ

ZOO

ነብር
tijger
ingang
ሳጥን
kooi
የሜዳ አህያ
zebra
የእንስሳ ምግብ
diereneten
ትልቅ ድብ
panda

እንስሳቶች

dieren

ዝሆን

olifant

ካንጋሮ

kangoeroe

አዉራሪስ

neushoorn

ትልቅ ዝንጀሮ

gorilla

ድብ

beer

ግመል

kameel

ሰጎን

struisvogel

አንበሳ

leeuw

ጦጣ

aap

ቅልጥመ ረዥም ወፍ

flamingo

በቀቀን

papegaai

የወዋልታ ድብ

ijsbeer

የዋልታ ወፎች

pinguïn

ረጅም ጥርሶች ያሉትአሳ ነባሪ

haai

ጣዎስ

pauw

እባብ

slang

አዞ

krokodil

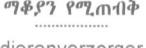

የዱር አራዊት የሚጠበቁበት ማቆያን የሚጠብቅ

dierenverzorger

አሳ በሊታ የባህር እንስሳ

zeehond

የዱር ድመት

jaguar

ድንክ ፈረስ

....

pony

ነብር

....

luipaard

ጉማሬ

....

nijlpaard

ቀጭኔ

....

giraffe

ንስር

....

adelaar

ከርከሮ

....

wild zwijn

አሳ

....

vis

የባህር ኤሊ

....

zeeschildpad

የባህር አዉሬ

....

walrus

ቀበሮ

....

vos

የሜዳ ፍየል፤ ሚዳቋ

....

gazelle

የስፖርት አይነቶች

sporten

የአሜሪካ እግርኳስ
rugby
የብስክሌት ስፖርት
ቴኒስ
tennis
የቅርጫት ኳስ
basketbal
ዋና
zwemmen
የበረዶ ላይ የገና ጨዋታ
ijshockey
የቡጢ ስፖርት
boksen

እግር ኳስ

voetbal

የላበ ኳስ ጨዋታ

badminton

አትሌቲክስ

atletiek

የእጅ ኳስ ስፖርት

handbal

የበረዶ መንሸራተት ስፖርት

skiën

ፈረስ ግልቢያ

polo

መሳቅ
lachen

መዝለል
springen

ማቀፍ
knuffelen

መዘመር
zingen

መራመድ
wandelen

ህልም ማለም
dromen

መፀለይ
bidden

መሳም
kussen

መፃፍ
schrijven

መሳል
tekenen

ማሳየት
tonen

መግፋት
duwen

መስጠት
geven

መዉሰድ
nemen

መያዝ

hebben

ማድረግ

doen

መሆን

zijn

መቆም

staan

መሮጥ

lopen

መሳብ

trekken

መወርወር

gooien

መዉደቅ

vallen

መዋሸት

liggen

መጠበቅ

wachten

መሸከም

dragen

መቀመጥ

zitten

መልበስ

aankleden

መተኛት

slapen

መንቃት

ontwaken

መመልከት

....

kijken naar

ማለቀስ

....

wenen

መጫር

....

aaien

ማበጠር

....

kammen

ማዉራት

....

praten

መረዳት

....

begrijpen

ጥያቄ

....

vragen

ማዳመጥ

....

luisteren

መጠጣት

....

drinken

መብላት

....

eten

ማንፃት

....

opruimen

ማፍቀር

....

houden van

ምግብ ማብሰል

....

koken

መንዳት

....

rijden

መብረር

....

vliegen

መርከብ መንዳት
....
zeilen

ቁጥሮችን ማስላት
....
rekenen

ማንበብ
....
Lezen

መማር
....
leren

መስራት
....
werken

ማግባት
....
trouwen

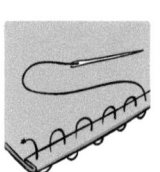

መስፋት
....
naaien

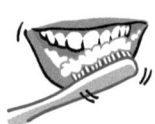

ጥርስ መቦረሽ
....
tandenpoetsen

መግደል
....
doden

ማጨስ
....
roken

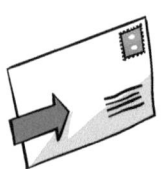

መላክ
....
sturen

ቤተሰብ

familie

የሴት አያት
grootmoeder
የወንድ አያት
grootvader
አባት
vader
እናት
moeder
ህፃን
baby
ሴት ልጅ
dochter
ወንድ ልጅ
zoon

እንግዳ

....

gast

አክስት

....

tante

አጎት

....

oom

ወንድም

....

broer

እህት

....

zus

አካል

lichaam

ግንባር
voorhoofd
አይን
oog
ትከሻ
schouder
ጣት
vinger
ፊት
gezicht
አገጭ
kin
እጅ
hand
ጡት
borst
እግር
been
ክንድ
arm

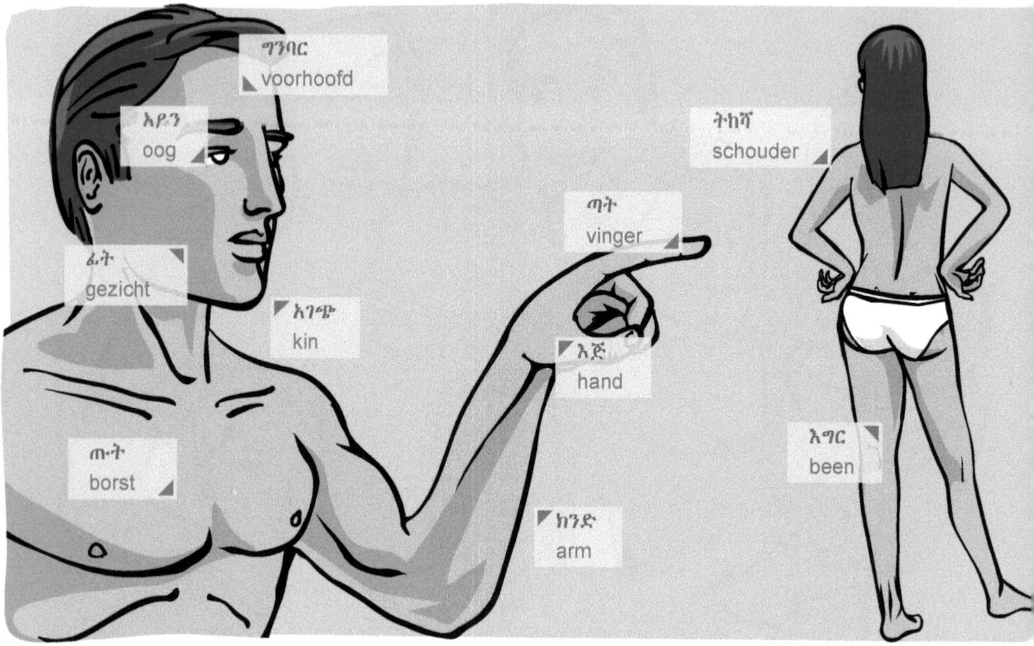

ህፃን

baby

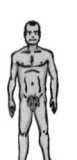

ሰዉ

man

ሴት

vrouw

ልጃገረድ

meisje

ወንድ ልጅ

jongen

ራስ

hoofd

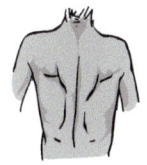

ጀርባ

rug

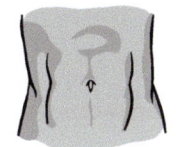

ሆድ

buik

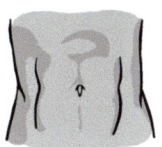

እምብርት

navel

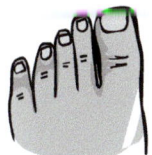

የእግር ጣት

teen

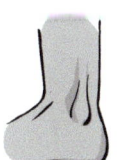

ተረከዝ

hiel

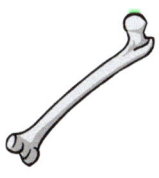

አጥንት

bot

ዳሌ

heup

ጉልበት

knie

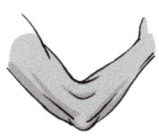

ክርን

elleboog

አፍንጫ

neus

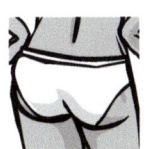

ቂጥ

zitvlak

ቆዳ

huid

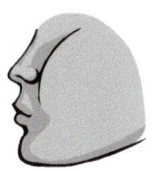

ጉንጭ

wang

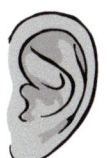

ጆሮ

oor

ከንፈር

lip

አፍ

mond

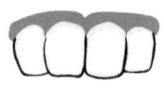

ጥርስ

tand

ምላስ

tong

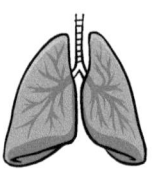

አንጎል

hersenen

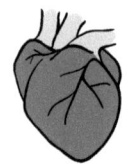

ልብ

hart

ጡንቻ

spier

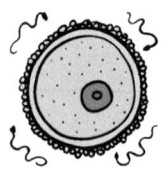

ሳምባ

long

ጉበት

lever

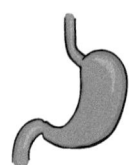

ሆድ

maag

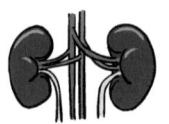

ኩላሊቶች

nieren

የግብረስጋ ግንኙነት

seks

ኮንዶም

condoom

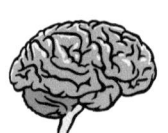

የሴት እንቁላል

eicel

የዘር ፈሳሽ

sperma

እርግዝና

zwangerschap

አካል - lichaam

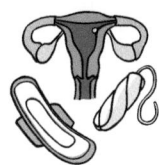

የወር አበባ

menstruatie

እምስ

vagina

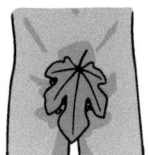

ቁላ

penis

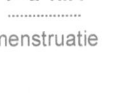

ቅንድብ

wenkbrauw

ፀጉር

haar

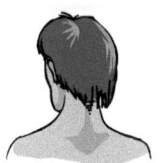

አንገት

nek

ሆስፒታል

ziekenhuis

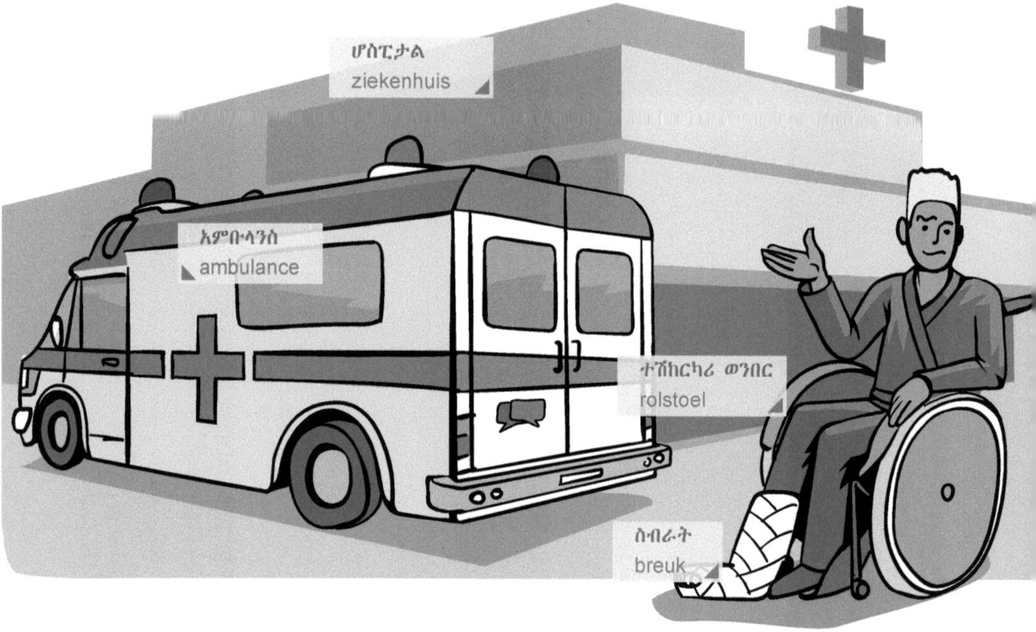

ሆስፒታል
ziekenhuis
አምቡላንስ
ambulance
ተሽከርካሪ ወንበር
rolstoel
ስብራት
breuk

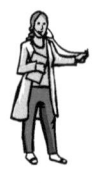

ዶክተር

dokter

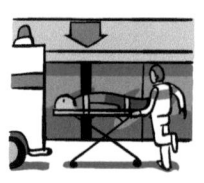

ድንገተኛ ክፍል

spoed

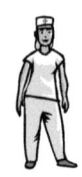

ነርስ

verpleegkundige

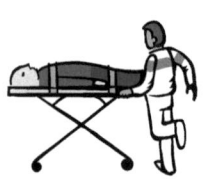

ድንገተኛ

noodgeval

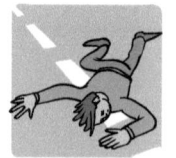

ራስን መሳት/ አለማወቅ

bewusteloos

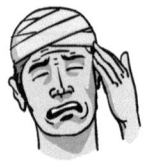

ህመም

pijn

ጉዳት
....
verwonding

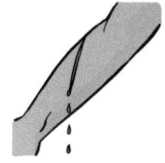

መድማት
....
bloeding

የልብ ድካም
....
hartaanval

ስትሮክ
....
beroerte

አለርጂ
....
allergie

ሳል
....
hoest

ትኩሳት
....
koorts

ኢንፍሎዌንዛ
....
griep

ተቅማጥ
....
diarree

የራስ ምታት
....
hoofdpijn

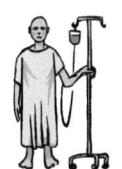

ካንሰር
....
kanker

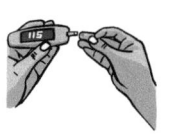

የስኳር በሽታ
....
diabetes

ቀዶ ጠጋኝ ሐኪም
....
chirurg

የቀዶ ጥገና ስለት
....
scalpel

ቀዶ ጥገና
....
operatie

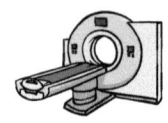

ሲቲ

CT

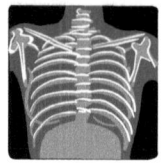

ኤክስሬዮ

röntgenstraal

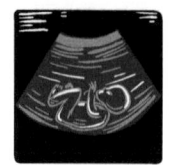

አልትራሳዉንድ

ultrageluid

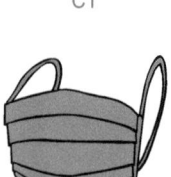

የፊት ጭምብል

gezichtsmasker

በሽታ

ziekte

መጠበቂያ ክፍል

wachtkamer

ምርኩዝ

kruk

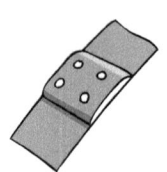

የቁስል ማሸጊያ

pleister

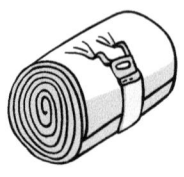

ፋሻ

verband

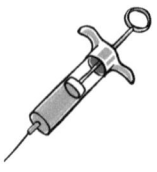

መር

injectie

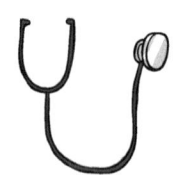

የልብ ምት ማ መጫ መሳሪያ

stethoscoop

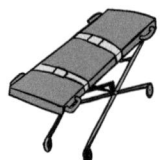

የበሽተኛ አልጋ

brancard

የህክምና ሙቀት መለኪያ መሳሪያ

thermometer

መውለድ

geboorte

ከልክ ያለፈ ክብደት

overgewicht

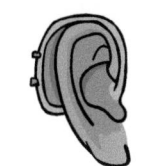

ለመስማት የሚረዳ መሳሪያ

hoorapparaat

ፀረ ተባይ መድሀኒት

ontsmettingsmiddel

ማመርቀዝ

infectie

ቫይረስ

virus

ኤች አይቪ ኤድስ

HIV / AIDS

ህክምና

medicijn

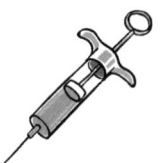

ክትባት

vaccinatie

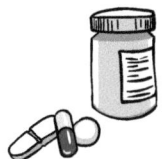

ኪኒን

tabletten

ኪኒን

pil

አስቸኳይ የስልክ ጥሪ

noodoproep

ደም ግፊት መቆጣጠሪያ

bloeddrukmeter

ህመም/ ጤንነት

ziek / gezond

እርዳታ!

Help!

ማንቂያ ደዉል

alarm

ጥቃት

overval

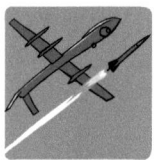

ድብደባ

aanval

አደጋ

gevaar

የድንገተኛ መዉጫ

nooduitgang

እሳት!

Brand!

እሳት ማጥፊያ

brandblusser

አደጋ

ongeval

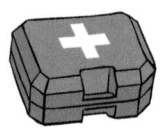

የመጀመሪያ እርዳታ መድሃኒት መያዣ

EHBO-kit

ነፍስ አድን

SOS

ፖሊስ

politie

አዉሮፓ

Europa

ሰሜን አሜሪካ

Noord-Amerika

ደቡብ አሜሪካ

Zuid-Amerika

አፍሪካ

Afrika

እስያ

Azië

አዉስትራሊያ

Australië

አትላንቲክ

Atlantische Oceaan

ፓስፊክ

Stille Oceaan

የህንድ ዉቅያኖስ

Indische Oceaan

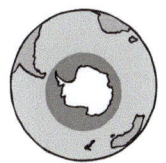

አንታርክቲክ ዉቅያኖስ

Antarctische Oceaan

አርክቲክ ዉቅያኖስ

Arctische Oceaan

ሰሜን ዋልታ

Noordpool

ደቡብ ዋልታ
Zuidpool

አንታርክቲካ
Antarctica

ምድር
aarde

መሬት
land

ባህር
zee

ደሴት
eiland

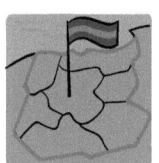

አገርና ህዝብ
natie

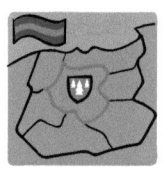

መንግስት
staat

ሰዓት
klok

የሰዓት ገፅታ

wijzerplaat

ሰዓት

uurwijzer

ደቂቃ

minuutwijzer

ሴኮንድ

secondewijzer

ስንት ሰዓት ነው?

Hoe laat is het?

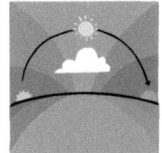

ቀን

dag

ጊዜ

tijd

አሁን

nu

የቁጥር ሰዐት

digitale horloge

ደቂቃ

minuut

ሰዓታት

uur

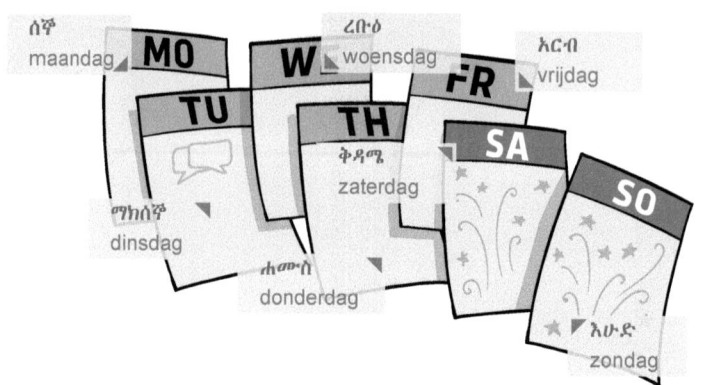

ሳምንት

week

ሰኞ
maandag
MO
ረቡዕ
woensdag
W
አርብ
vrijdag
FR
TU
TH
ቅዳሜ
zaterdag
SA
SO
ማክሰኞ
dinsdag
ሐሙስ
donderdag
እሁድ
zondag

ትላንት

gisteren

ዛሬ

vandaag

ነገ

morgen

ማለዳ

ochtend

ቀትር

middag

ምሽት

avond

MO TU WE TH FR SA SU

የስራ ቀናት

werkdagen

MO TU WE TH FR SA SU

የዕረ ት ቀናት

weekend

ዝናብ
regen
ቀስተ ዳመና
regenboog
ጥጥ የሚመስል አመዳይ
በረዶ
sneeuw
wind
ፀደይ
lente
በጋ
zomer
መኸር
herfst
ክረምት
winter

4.APRIL 11°
5.APRIL 4°
6.APRIL 13°
7.APRIL 8°
8.APRIL 10°

የአየር ሁኔታ ትንበያ

weervoorspelling

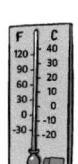

F

የሙቀት መለኪያ

thermometer

የፀሀይ ሙቀት

zonneschijn

ደመና

wolk

ጭጋግ

mist

እርጥበታማነት

vochtigheid

መብረቅ

bliksem

ነጎድጓድ

donder

አዉሎ ንፋስ

storm

የበረዶ ዝናብ

hagel

አዉሎ ንፋስ

moesson

ጎርፍ

overstroming

በረዶ

ijs

ጥር

januari

የካቲት

februari

መጋቢት

maart

ሚያዚያ

april

ግንቦት

mei

ሰኔ

juni

ሐምሌ

juli

ነሀሴ

augustus

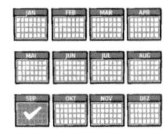

መስከረም

september

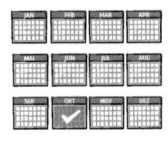

ጥቅምት

oktober

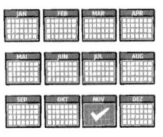

ህዳር

november

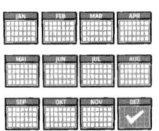

ታህሳስ

december

ርፆች

vormen

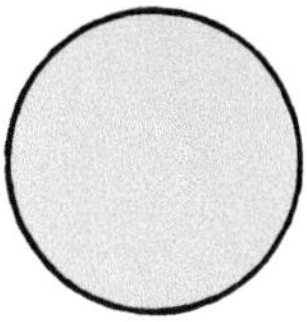

ብ

cirkel

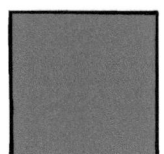

አራት ማዕዘን

kwadraat

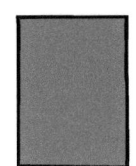

አራት ቀጥተኛ ማዕዘኖች ጎኖች ያሉት ቅርፅ

rechthoek

ሶስት ማዕዘን

driehoek

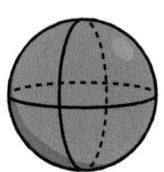

ሉል

bol

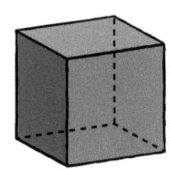

ስድስት ጎን ያለዉ ቅርፅ

kubus

ቀለማት

kleuren

ነጭ

wit

ቢጫ

geel

ብርቱካናማ

oranje

ሮዝ

roze

ቀይ

rood

ወይን ጠጅ

paars

ሰማያዊ

blauw

አረንጓዴ

groen

ቡኒ

bruin

ግራጫ

grijs

ጥቁር

zwart

ብዙ/ ጥቂት

veel / weinig

ንዴት/ እርጋታ

boos / kalm

ቆንጆ/ አስቀያሚ

mooi / lelijk

ጀማሪ/ ፍፃሜ

begin / einde

ትልቅ/ ትንሽ

groot / klein

ደማቅ/ ደብዛዛ

licht / donker

ወንድም/ እህት

broer / zus

ንፁህ/ ቆሻሻ

proper / vuil

የተሟላ/ ያልተሟላ

volledig / onvolledig

ቀን/ ምሽት

dag / nacht

የሞተ/ ህያዉ

dood / levend

ሰፊ/ ጠባብ

breed / smal

የሚበላ/ የማይበላ
eetbaar / oneetbaar

ክፉ/ ደግ
kwaadaardig / vriendelijk

ደስተኛ/ ድብርተኛ
opgewonden / verveeld

ወፍራም/ ቀጭን
dik / dun

መጀመርያ/ መጨረሻ
eerst / laatst

ጓደኛ/ ጠላት
vriend / vijand

ሙሉ/ ጎዶሎ
vol / leeg

ጠንካራ/ ለስላሳ
hard / zacht

ከባድ/ ቀላል
zwaar / licht

ረሃብ/ ጥማት
honger / dorst

ህመም/ ጤንነት
ziek / gezond

ህገወጥ/ ህጋዊ
illegaal / legaal

ጎበዝ/ ደደብ
intelligent / dom

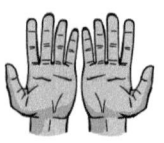

ግራ/ ቀኝ
links / rechts

ቅርብ/ ሩቅ
dichtbij / veraf

ተቃራኒዎች - tegengestelden

አዲስ/ አሮጌ
....
nieuw / gebruikt

ምንም/ የሆነ ነገር
....
niets / iets

ሽማግሌ/ ወጣት
....
oud / jong

የበራ/ የጠፋ
....
aan / uit

ክፍት/ ዝግ
....
open / dicht

ፀጥታ/ ጫጫታ
....
stil / luid

ሃብታም/ ደሃ
....
rijk / arm

ትክክለኛ/ የተሳሳተ
....
juist / fout

ሻካራ/ ለስላሳ
....
ruw / glad

ሐዘን/ ደስታ
....
droevig / blij

አጭር/ ረዥም
....
kort / lang

ዝግተኛ/ ፈጣን
....
traag / snel

እርጥብ/ ደረቅ
....
nat / droog

ሞቃት/ ቀዝቃዛ
....
warm / koud

ጦርነት/ ሰላም
....
oorlog / vrede

ቁጥሮች
cijfers

0	1	2
ዜሮ	አንድ	ሁለት
nul	één	twee
3	4	5
ሶስት	አራት	አምስት
drie	vier	vijf
6	7	8
ስድስት	ሰባት	ስምንት
zes	zeven	acht
9	10	11
ዘጠኝ	አስ	አስራ አንድ
negen	tien	elf

12

አስራ ሁለት

twaalf

13

አስራ ሶስት

dertien

14

አስራ አራት

veertien

15

አስራ አምስት

vijftien

16

አስራ ስድስት

zestien

17

አስራ ሰባት

zeventien

18

አስራ ስስምንት

achtien

19

አስራ ዘጠኝ

negentien

20

ሃያ

twintig

100

መቶ

honderd

1.000

ሽህ

duizend

1.000.000

ሚሊዮን

miljoen

ቋንቋዎች

Talen

እንግሊዝኛ

Engels

የአሜሪካ እንግሊዝኛ

Amerikaans Engels

የቻይና ማንዳሪን

Chinees (Mandarijn)

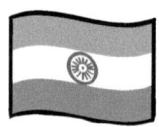

ሂንዱ

Hindi

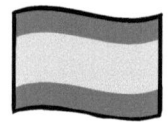

ስፓኒሽ

Spaans

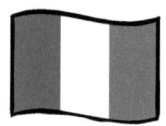

ፍሬንች

Frans

አረብኛ

Arabisch

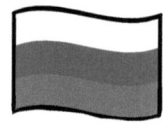

ራሺያኛ

Russisch

ፖርቹጊዝ

Portugees

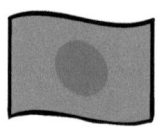

ቤንጋሊ

Bengali

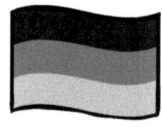

ጀርመን

Duits

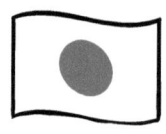

ጃፓንኛ

Japans

ማን/ ምን/ እንዴት
wie / wat / hoe

እኔ

ik

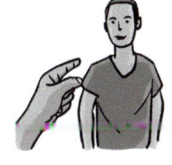

አንተ

u

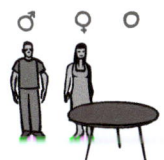

እሱ/ እርሷ/ እቃዉ

hij / zij / het

እኛ

wij

አንተ

u

እነርሱ

ze

ማን?

wie?

ምን?

wat?

እንዴት?

hoe?

የት?

waar?

መቼ?

wanneer?

ስም

naam

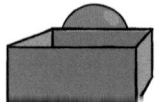

ት

waar

ስተጀርባ

achter

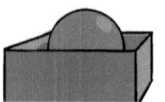

ስጥ

in

ፊት ለፊት

voor

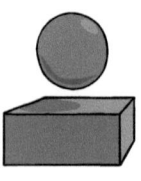

ላይ

boven

ላይ

op

ስር

onder

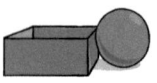

ጠገብ

naast

ሃ ል

tussen

ቦታ

plaats